# ஹைக்கூ சாரல்

காளி

ஏலே பதிப்பகம்

ஹைக்கூ சாரல்
ஆசிரியர் © **காளி**

முதற்பதிப்பு 2021
பக்கங்கள் 59


ISBN 978-93-5533-055-0

புத்தகம் வெளியிடு
ஏலே பதிப்பகம்
**aelaypublish@gmail.com**
phone – 9944992571

Aelay Publish
www.aelaypublish.com

# ஹைக்கூ சாரல்

- ஆயிரம் கவிதைகள் படித்தேன் , திருப்தி இல்லை அம்மா என்ற கவிதையை , தவிர ....

- தனிமையில் இருந்தும் உன்னோடு இருப்பதாக உணர்கிறேன் , ஒரு தலை காதல் என்னும் தாக்கத்தால் ...

- அவள் சென்ற பிறகும் அவளது நினைவுகள் , கல்லறையாக இருக்கிறது இதயத்தில் ,,,

- அழகு என்ற வார்த்தைக்கு கூட உன் மீது காதல் மலர்ந்ததோ , எல்லா நேரங்களிலும் உன்னோடு மட்டுமே பயணிக்கிறது ....

●

பிழை இல்லாத அன்பு , அவள் காதலின் சிறப்பு ....

●

உன் விழிகளின் அழகை நினைத்து பயணம் செய்தேன் ,
இறுதியில் , காதல் என்னும் நிறுத்தத்தில் இறங்கினேன் ...

●

அழகு என்பவள் உன் தோழியாக இருக்குமோ , அவள்
எப்போதும் உன்னுடன் மட்டும் பயனிக்கிறாள் ....

●

உன் அழகின் மூலம் வீழ்த்துவாய் என்று எதிர்பார்த்தேன் ,
ஆனால் உன் அன்பின் மூலம் வீழ்த்திவிட்டாய் ..

●

தமிழ் என்ற வார்த்தைக்கு ழ எவ்வளவு முக்கியமோ ,
அதுபோல் எனது வாழ்க்கைக்கு அவள் அவ்வளவு முக்கியம் ..

●

காதல் என்ற நாடகத்தில் , உன்னோடு காதலனாக நடிக்க
நானும் , உள்ளத்தில் கற்பனையை வளர்க்கும் பலரில்
ஒருவன் ....

●

உன் அழகின் பாதி தான் இந்த * புன்னகை , மீதமுள்ள உன்
அழகு உன் அன்பான கோபம் தான் ....

●

எனக்கு நிரந்தரமாக விடுமுறை வேண்டும் , உனது நினைவுகளில் இருந்து ....

●

உன் அழகு கடலில் விழுந்த பலரில் நானும் ஒருவன் .....

●

உனது அழகை நேசிக்க பலர் இருந்தாலும் , உனது மூச்சு காற்றை சுவாச காற்றாக , சுவாசிப்பது நான் மட்டுமே .....

●

உன் அன்பாய் பார்ப்பதா ? அல்ல உன் அழகை பார்ப்பதா ? எப்படி பார்த்தாலும் என் மனம் உன் மீது காதல் கொள்கிறது ...... .. ,

மன்னனை எதிர்பார்த்து காத்திருக்கும் மங்கையை , உன் மழலை அழகில் மயங்கிய அவன் மாலையோடு வந்து உன்னை , மணந்து கொள்ளும் தருணம் வெகு தொலைவில் இல்லை , மழலை அழகு கொண்ட உன்னை மணப்பது , மழலை குணம் கொண்ட நானாக கூட இருக்கலாம் .

●

பெண்மை என்ற வார்த்தை இல்லையெனில் , ஆண் என்பவன் , அன்பு கிடைக்காத மகனாக பாசம் உணராத சகோதரனாக துணை இல்லாத கணவனாக அறிவுரை இல்லாத பேரனாக நட்பு அறியாத தோழனாக வாழ்க்கையை வாழ்ந்திருப்பான் பெண் அடிமை என்பது சமூக அழிவின் ஆரம்பம் , எனவே பெண்மையை போற்றுவோம் , என் வாழ்வில் வந்த பெண்களுக்கும் , வராத அனைத்து பெண்களுக்கும் , பெண்கள் தின வாழ்த்துக்கள் ....

இந்த நாள் இனிதே தொடங்கியதும் , கண்களால் தேடினேன் , காதுகளால் கேட்க முயற்சி செய்தேன் , வானூர்தி கடக்கும் போது திரும்பும் கழுத்து , உன்னை பார்க்க வேண்டும் என்று உயர்ந்தது , எதையும் எதிர்பார்க்காத என் மனம் , தினமும் எதிர்பார்க்கிறது உன்னை காண வேண்டும் என்று ...

●

பிறப்பில் ஏற்றத்தாழ்வு காண்கிற அனைவரும்
முட்டாள்தான் , மதத்தை நம்பி மனிதாபிமானத்தை
தொலைத்தவன் முட்டாள்தான் , ஆறு அறிவு உள்ள
பெண்களை அடிமையாய் பார்ப்பது முட்டாள்தான் ,
இல்லாத ஒன்றை இருப்பதாக கூறுபவன் முட்டாள்தான் ,
பெண்மையின் இயற்கையை தீட்டாக நினைப்பவன்
முட்டாள்தான் ...

- உண்மையான நேசம் என்பது தாயும் சேயும் அன்பும் அரவணைப்பும் உணர்வும் உண்மையும் பணிவும் துணிவும் வானமும் மழையும் நிலாவும் நட்சத்திரமும் நானும் நீயும் .

- அவளது அன்பும் அவளது புன்னகையும் அவளது குரலும் அவளது எண்ணமும் அவளது ஆசையும் அவளது குறும்புதனமும் அவளது கொஞ்சல்களும் அவளது அரவணைப்பும் மழலையின் நகல்

●

ஊரடங்கு உத்தரவு கொரோனா நோயை கட்டுப்படுத்துமே தவிர , உணர்ச்சிகளை உருவகமாக கொண்டுள்ள நம் காதலை அல்ல ...

●

அதிசியம் இல்லாமல் உலகம் இல்லை , நீ இல்லாமல் என் உலகமே இல்லை ...

●

ஆரோக்கியம் என்பது பணத்தை சார்ந்தது அல்ல , ஆனால் ஆரோக்கியம் என்பது இன்பங்களை சார்ந்தது ....

- பருவ பெண் கன்னத்தில் காதல் முத்தம் தந்தால் எவ்வளவு இன்பமோ அவ்வளவு இன்பம் ,, மேற்கு தொடர்ச்சி பருவ மழையின் சாரல் மழைத்துளி கன்னத்தில் விழுகின்ற போது ...

- தேனீக்கள் பூக்களிடம் தேன் எடுக்கிறது , பூக்கள் அவளிடம் தேன் எடுக்கிறது , ஏனெனில் அவள் பேசுவது தேன் பொழியும் தமிழ் மொழி ...

- பூமியை முத்தமிடும் அவள் நடை அழகு , என்னை மயக்கும் அவள் இடை பேரழகு ,. அவளே என்றும் சிறப்பு அது எனக்கு மட்டுமல்ல , பெண்மைக்கும் ...

- அவளும் நானும் காதலில் பயணிப்பது மட்டும் எனக்கு மகிழ்ச்சி அல்ல , அவளது Bike ride ல் நானும் பயணிப்பது தான் என் இரட்டிப்பு மகிழ்ச்சி .....

- உனக்கு காதல் கடிதம் எழுத காகிதம் போதவில்லை என்றேன் அவளிடம் , அவள் , மீதமுள்ள காதலை என் இதழ்களில் எழுது என்று கட்டளையிட்டாள் அந்த தேவதைக் ,,

மலர்கள் விரும்பும் மங்கையும் அவள் தான் , மன்னன் விரும்பும் மங்கையும் அவள் தான் , மலர்கள் விரும்புவது அவள் கூந்தலில் ராணியாக அமர , மன்னன் விரும்புவது அவளை ராணியாக மாற்ற ....
என் அழுகையின் காரணம் நீயாக இருந்தாலும் , உன் மகிழ்ச்சியின் காரணமாக நான் இருப்பேன் ....

- ஒன்றா இரண்டா ? எத்தனை எத்தனை இசை ! உந்தன் இசை கேட்கும் போதெல்லாம் புதிதாக பிறந்த போல் உணர்கிறேன் , என் இதயத்தில் எப்போதும் நீ இசை உலகின் ராஜா தான் , கோடான கோடி ரசிகர்களின் ஒருவனாக என் பிறந்த நாள் வாழ்த்துக்கள் .

- Semma Jolly அவள் என்னுடன் பேசுவது ... Semma Bore அவள் என்னுடன் பேசி கொண்டே இருப்பது ...

●

கடந்த கால கவலையை வழி அனுப்புங்கள் , எதிர்கால மகிழ்ச்சி உங்களை வரவேற்கும் .... காலை வணக்கம்

●

உனது அழகுக்கு முழு காரணம் அழகு சாதனம் மட்டுமே , அந்த அழகு சாதனம் உனது அன்பு மட்டுமே ...

●

குளிர் காற்று என்னை நோக்கி வர என் மனம் சூடான coffee யை தேடி அலைகிறது ...

●

காலம் கடந்தும் போகலாம் , கனவுகள் அழிந்தும் போகலாம்
ஆனால் கல்லறை வரை அன்பு மட்டுமே நிலைத்து நிற்கும் .

●

கண்கள் கூட என்னிடம் கோபித்துக் கொள்கிறது , உன்
அழகான முகத்தை காண மறுத்தால்

●

நான் எங்கோ இருந்தேன் , நீ எங்கோ இருந்தாய் , உன்னை
நேரில் பார்த்தேன் , கண்களை ரசித்தேன் , காதலில்
வசப்பட்டேன் , உன்னிடத்தில் என் காதலை முறையிட்டேன்
என்னிடத்தில் உன் அன்பை அளித்து விட்டாய் ...

- என் காதலுக்கு உன் நிழலை விட வலிமை அதிகம் ....
வெளிச்சம் உன்னை விட்டு விலகினால் , நிழல் என்னிடம் தோற்று விடும் ... ...

- என் இருளை போக்க வந்த நிலா அவளின் முகம் காளி ....

- எங்களின் வலிகளுக்கு உங்களின் வார்த்தை மருந்து ,
உங்களின் வரிகள் எங்களின் PLAYLIST ல் ஒலித்து வருகின்றது HBD வாழும் கவிஞர் நா.முத்துக்குமார் .

●

தோல்வியை காணாத பூக்கள் கூட உனது சிறு புன்னகையில் தோற்று விடும்

●

அவள் அழகை எழுதினாலும் சரி , * அவள் அன்பை எழுதினாலும் சரி , இரண்டுக்குமே முற்று புள்ளி என்பதே கிடையாது ...

●

தனிமையில் இருந்த போதிலும் , உன்னோடு இருப்பதாக உணர்கிறேன் , பதிவு செய்யப்பட்ட உன் குரலை கேட்கும் போதெல்லாம் , என்னோடு சேர்ந்து என் செல்போனும் காத்திருக்கிறது உன் குரலை கேட்க ....

●

எனக்கு ஆட தெரியாத காரணத்தால் , யே என் இதயம் டாப்பாங் குத்து ஆடியது , அவள் என்னோடு பேசியதால் ..

●

எல்லாரும் தூங்கிய பின்னர் , நாங்கள் காதலிக்கிறோம் , கனவின் மூலமாக ...

●

நான் உன்னிடம் பேசுவது உனக்கு காதல் , நீ என்னிடம் பேசுவது எனக்கு கவிதை ....

- காகிதமாய் நான் இருந்தேன் , பேனாவாக அவள் வந்தால் , இருவரும் சேர்ந்தோம் , காதல் கவிதையாய் மலர்ந்தோம் ....

- அழுகையுடன் வாழ்க்கையை ஆரம்பித்தாய் , இன்பத்தின் மீதும் துன்பத்தின் மீதும் பயணம் செய்தாய் , இறுதியில் அமைதியாய் வாழ்க்கையை நிறைவு செய்கிறாய் , இதற்கு ஏன் இவ்வளவு ஆசை காந்தி காகிதத்தின் மீது ......

- அழைப்பிதழ் இல்லாமல் வருவது , அவளின் நினைவுகள் மட்டுமே .. ...

●

இரவும் பகலும் நினைத்தோம் , இதயம் மூலம்
இணைந்தோம் , இன்பம் ஆழம் அறிந்தோம் .

●

விழியெங்கும் காதலோடு வரும் கண்மணியே ,
வழியெங்கும் பூக்களோடு காத்திருக்கிறேன் , உன் காதலும் ,
என் பூக்களும் இணையட்டும் , திருமணமாக உதிகட்டும் ...
கரு மேகம் அவள் கூந்தல் , அதில் பொழிகிறது அவளின்
சிரிப்பு மழை , அதில் நனைகிறேன் காதல் காய்ச்சலில்
தவிக்கிறேன் ...

●

பெண் இன்றி உலகம் முழுமை பெறாது , உலகமே முழுமையடையாத போது , அவள் இல்லாமல் நான் எப்படி முழுமை அடையும் , என் இதயத்தில் அவளுக்கும் சரி பாதி இடம் என்பது அவளின் உரிமை ...

●

அவள் வைத்த காதல் தேர்தலில் , அன்பு சின்னத்தில் போட்டியிட்டு , வரலாறு காணாத வெற்றி பெற்று அவளின் இதயமன்றத்துக்குள் நுழைந்தேன் ....

- நானும் committed தான் , கனவில் வரும் அவளின் மீது அல்ல , காலையில் வரும் தேநீர் மீது ,

- மலர்கள் அழகா ? மங்கை அழகா ? ஆனால் இரண்டும் போட்டியாளர் தான் , வெற்றி என்பதோ மங்கையின் வசமே

- கடவுளிடம் ஓரே கேள்வி ... தேவதைகளுக்கு மாதவிடாய் வலி என்ன பயிற்சியா ? பிரசவத்திற்கு ....

●

பெண்களை கவனமாக இருங்கள் என்று அறிவுரை
சொல்வதை விட ஆண்கள் ஒழுக்கமாக இருக்க வேண்டும்
என்று அறிவுரை சொல்வது " சிறந்தது "

●

அவளின் அழகான இதழ்கள் அரவணைத்து கொண்டது ,
சாரல் மழையின் காரணமாக நடுங்கும் என் இதழ்களை ...
அவள் மேல் கொண்டுள்ள என் காதல் , கடல் அலை
கரையின் * மீது வைத்த அன்பு போல ....
வானத்தில் இருக்கும் நட்சத்திரம் போல் , இரட்டிப்பு
நட்சத்திரம் அவளின் மூக்குத்தி ....

●

பார்ப்பது அவளின் கண்களை , கேட்பது அவளின் குரலை , வாசிப்பது அவளின் பெயரை , சுவாசிப்பது அவளின் மூச்சு காற்றை , காதலிப்பது அவளின் இதயத்தை , சுவைப்பது அவளின் இதழ்களை .....

●

அவள் அளித்த தண்டனை அவளின் மௌனம்

●

என் தோழி மட்டுமல்ல அவள் , பாசமாய் பேசுபவள் வேஷம் போடதவள் சுயபெருமை கொள்ளாதவள் பொறாமை படாதவள் உண்மையை ஆதரிப்பவள் பொய்யை அழிப்பவள் சிரிக்க வைப்பவள் அழுகை பிடிக்காதவள் தோழி என்ற பெயரில் அன்னையாக இருப்பவள்

●

Solutions இல்லாத Problem என ஒன்று இருந்தால் , அது அவள் மனம் மட்டுமே ...

- அவள் அழகை வர்ணித்து கவிதை எழுத நினைத்தேன் , ஆனால் அவளோ இதயத்தை வைத்து என்னை வாசித்து விட்டாள் ...

- இருக்கும் பூக்களை ( பெண்களை ) எல்லாம் சிதைக்கிறார்கள் , சில இதயத்தில் ஊனமுற்ற கயவர்கள் , இறுதியில் பூக்கள் எல்லாம் அழிய போகிறது , உலகமே கண்ணிர் விட போகிறது ...

●

காலை முதல் இரவு வரை என்னோடு சேர்ந்து என் அலைபேசியும் காத்திருக்கிறது , உன் குரலை கேட்க ,,,,

●

காதல் வெற்றிக்கும் நீதான் காதல் தோல்விக்கும் நீதான் , அம்மாவின் பாசத்துக்கும் நீதான் அப்பாவின் நேசத்துக்கும் நீதான் , மழலைக்கும் நீதான் முதுமைக்கும் நீதான் , கற்பனைக்கும் நீதான் கவிதைக்கும் நீதான் .. உங்களின் உயிர் பறந்து போனாலும் , உங்களின் வார்த்தைகள் எங்களின் நினைவில் பச்சையாக உள்ளது , HBD My Inspiration நா.முத்துகுமார்

- காதல் என்பது இன்பமான பயணம் , நம்மை நேசிக்கும் இதயம் அருகில் இருந்தால் ..... .

- கட்டிடத்தில் அதிசயம் தாஜ்மஹால் , வார்த்தையில் அதிசியம் அம்மா , அந்த அதிசியத்திற்கு வாழ்த்துக்கள் .

- கரு மேகம் பொழிகிற மழைத்துளியில் உன் முகம் , மழைத்துளியின் சத்தமும் உனது குரல் ... இது காதல் மயக்கமா ? இல்ல காலை மயக்கமா ?

●

அவளின் திருமண நாளில் , எனது இதயத்தின் கொடி அரை கம்பத்தில் பறக்கும் ....

●

உன் அன்பு தான் என் காதலுக்கான வழித்தடம் , அந்த வழித்தடத்தில் பயணிக்கிறேன் , இன்பத்தின் உச்சத்தில் நிற்கிறேன் ...

●

காதல் என்பது மந்திர சொல் , காதலி என்பவள் மந்திரகாரி

- அளவிடாத முடியாத தூரத்தைக் கடந்து விட்டேன் ...
ஆனாலும் அழகினால் நிரம்பிய நிலவு போன்ற அவளின் முகத்தை , அன்பால் உருவான என் நினைவுகளில் இருந்து அழிக்க முடியவில்லை ....

- கடிகாரம் முள் போல் சுற்றி வருகிறேன் , உன் குரலை கேட்க ...

- அவளின் அன்பு அன்னையின் நகல் ....

- அவள் : ஏன் என்னை பார்த்து கவிதை சொல்ல மாட்டேங்குற ? நான் .: நான் எழுதும் கவிதை , உனது அழகுக்கு முன் தோற்று போகும் என்பதற்காக தான் ,,,

- அவன் : ஏய் , உன் இதயத்துடிப்பு எனக்கு கேக்குதுடி .... அவள் : ஏன்டா அவன் : நீ என்னோட இதயத்தில் தான இருக்க , அதான்டி

- அழகு சாதனம் இல்லாமல் அழகாக ஒளிரும் உன்னை , தமிழை வைத்து உன்னை அலங்கரிக்க நினைத்தேன் , இறுதியில் வார்த்தைகள் இல்லாமல் தோற்றேன் , இன்னும் முயற்சிப்பேன் உன்னை கவிதையாக்க சுவாசிப்பேன் ...

- நீ மட்டும் தான் அழகு என்று நினைத்தேன் , நீ பேசும் பொய் கூட அழகு தான் ....

- அவள் தான் என்னை விட்டு நீண்ட தொலைவில் இருக்கிறாள் , ஆனால் அவளின் அழகான நினைவுகள் என் இதயத்தில் சுழன்று விளையாடுகிறது ...

- உனது முகம் அழகென்றால் ,
அதில் உன் கண்கள் பேரழகு ..

●

இமைகள் மூடும் போது வருகிறாய் , இடைவிடாது இன்பம் தருகிறாய் , கனவு என்றும் பாராமல் காதல் செய்கிறாய் , அதிகாலை 6 மணிக்கே சென்று விடுகிறாய் , ஏன் பெண்ணே ?

●

அன்றும் இன்றும் என்றும்  எனது Playlist ல் ஒலிக்கும் பாடல் " அவள் " பெயர் மட்டுமே .

●

என் கண்களில் காதல் உன் முகத்தில் வெட்கம் உன் நினைவில் நான் P என் இதயத்தில் என்றும் நீ ..

- வெள்ளை இனம் கறுப்பு இனம் , உயர் ஜாதி கீழ் ஜாதி , உன் மதம் என் மதம் , எல்லாம் மனிதம் நிறைந்த மழலையிடம் தோற்று போகிறது ...

- தினமும் எனக்கு பௌர்ணமி தான் , உன் நிலவு முகத்தோடு பேசி கொண்டிருப்பதால் ...

- மனிதனை மனிதனாக பிரதிபலிப்பதே காதல் தான் . சாதிக்க விரும்புவரும் காதல் செய்வீர் சாதியை ஒழிக்க விரும்புவரும் காதல் செய்வீர் மனிதம் போற்றும் மனிதர்கள் யாவும் காதலர்கள் தான் வாழ்த்துகள் ....

●

ஆவதும் பெண்ணாலே அழிவதும் பெண்ணாலே , ஆம் உண்மைதான் ... இன்பம் வருவதும் அவளாலே , துன்பம் தொலைவதும் அவளாலே ....

●

நான் தொலைந்து போனால் என்னை கண்டுபிடிப்பது எளிது , நான் ஏனென்றால் என்றும் எப்பொழுதும் அவளின் . இதயத்தில் தான் இருப்பேன் ..

●

இந்த ஆண்டின் சிறந்த நாள் அவள் பிறந்த நாள் , இந்த ஆண்டின் சிறந்த நிமிடம் அவள் பேசிய தருணம் , இந்த ஆண்டின் ' சிறந்த நொடி .. அவள் என்னை பார்த்த தருணம் , அவள் இருக்கும் நேரமெல்லாம் எனக்கு புத்தாண்டு தான் ,,,

●

நீயும் நானும் இணைந்தோம் , இன்பம் எல்லை அறிந்தோம் ,
பல இடங்களை சந்தித்தோம் , பல வகையான
நினைவுகளாக சேகரித்தோம் , உலகம் அழியும் வரை ,
அழிக்க முடியாத காதலோடு பயணிப்போம் ...

●

உன் கண்களை கண்டேன் கவி பாடினேன் , உன் முகத்தை
கண்டேன் நிலவை மறந்தேன் , உன் கூந்தல் அழகை
கண்டேன் அதிசியத்தை உணர்ந்தேன் , உன் விரலில்

●

முத்தமிடும் மோதிரத்தை கண்டதும்
இறுதியில் பொறமை அடைந்தேன் ...

●

கல்வி கற்பது அருமை , பாய கல்வியை கற்பிப்பதே பெருமை , அத்தகைய பெருமையான பணி ஆசிரியர் பணி , உங்கள் எழுதுகோல் எங்களை வல்லவராக உருவாக்குகிறது , MEI பாபா ஆசிரியர்கள் எண்ணங்கள் மாணவர்களின் வாழ்க்கையை வண்ணங்களாக உருவாக்குகிறது , ஆசிரியர் தின வாழ்த்துக்கள்

●

உன்னை நினைத்தால் பார்க்க துடிக்கிறேன் , உன்னை பார்த்தால் ரசிக்க துடிக்கிறேன் , உன்னை ரசித்தால் எவரும் அடையாத இன்பத்தை அடைகிறேன் .

- உனது முகத்தில் உள்ள முக்குத்தி , உனது மொத்த அழகையும் பிரதிபலிக்கிறது ....

- தனிமை என்னை சிறைப்பிடிக்கும் போதெல்லாம் என்னை விடுவிப்பது , அவளின் அன்பான நினைவுகள் தான் ...

- உன் கண்களை பார்த்தேன் அதில் வீழ்ந்தேன் , உனது புன்னகையை நினைத்தேன் இன்பத்தில் மிதந்தேன் , உன் சுவாச காற்றை சுவாசித்தேன் அதை மிகவும் நேசித்தேன் , உன் அன்பை உணர்ந்தேன் சொர்க்கத்தை அடைந்தேன் ...

●

அவள் நிலா , அவளை சுற்றி இருக்கும்
நட்சத்திரம் என் காதல்

●

தினமும் எனக்கு April fool தான் ,
அவள் என்னை பார்ப்பாள் என்று ... .

●

விழிகள் மூலம் இணைந்தோம் , விரல்களை படர் விட்டோம் ,
உடலால் நெருங்கினோம் , முத்தத்தால் யுத்தம் செய்தோம் ,
காதலின் உச்சம் கண்டோம் ... .
நீ இல்லாமல் நான் நிலவு இல்லாத வானம் ..

- காதல் வேண்டும் காதலி வேண்டாம்..

- என் பாதையெல்லாம் பூக்களாய் பூக்கும் ,
என்னோடு நீயும் பயணம் செய்தால் .

- அவளுக்காக தோன்றிய வார்த்தை " தேவதை " ,,,,

- அன்பை பொழியும் மழை அவள் ,
அதில் நனைய துடிக்கும் சிறுவன் நான் ...

- அவளின் கண்கள் Cute அவளின் Hairstyle Beauty அவளின் முகம் incredible
மதி இல்லாத கயவர்களின் சதியை உணராமல் உன் விதியை இழக்காதே , உன் புத்தி கூர்மையை வலிமையாக்க யோசிப்பதை விட்டுவிட்டு வாசிப்பதை ஏற்றுக்கொள்... ...

- என் காதல் செடியில் மலர்ந்த உதிராத பூக்கள் அவள்

- ஆத்திகர்களும் நோய் வந்தால் கடவுளிடம் செல்லாமல் , மருத்துவரை ...நோக்கி வருகிறார்கள் , வாழ்க மருத்துவம் , வளர்க மருத்துவர்கள் .

●

பணத்திற்கு அன்பு தெரியாது அன்புக்கு வறுமை தெரியாது , உழைப்புக்கு சோம்பல் தெரியாது போராளிக்கு பயம் தெரியாது , உண்மைக்கு பொய் தெரியாது உறவுக்கு அளவு தெரியாது ...

●

அரிதினும் அரிதானது , அவளது கள்ள பார்வை

●

அமாவாசை இருக்கும் நாட்கள் கூட எனக்கு பௌர்ணமி தான் , அவளது முகத்தை பார்த்து கொண்டிருந்தால் , ...

- என் கன்னத்தில் , அவளின் இதழ் தந்த பரிசு " முத்தம் "

- இதழ்கள் பேசும் காதல் மொழி " முத்தம் " இரவு நேரத்தை இன்பமாக அமைக்க , பேசினோம் காதல் மொழியில்

- உன் அழகை ரசித்தேன் என்பது பொய் உன்னை ஆழமாக நேசித்தேன் என்பதே மெய் .

- அன்பை தொலைத்த நீயும் அன்பை பொழிய நானும் உன் மன்னனை எதிர்பார்க்கும் நீயும் உன்னை மனைவியாக்க நானும் AND இன்பத்தை தேடும் நீயும் அன்பை தர நானும் காலமெல்லாம் நாம் வாழ கனவுகளோடு பயணிப்போம் அன்பே .

- உன் அழகு நீ அணிந்திருக்கும் நகையில் அல்ல , உன்னை அலங்கரிக்கும் புன்னகையில் தான் .

●

அவள் கண்களால் ஏன் இந்த இடைவெளி என்று கேள்வி கேட்டால் , நான் முத்தத்தால் அருகில் தான் இருக்கிறேன் என்று பதில் அளித்தேன் .

●

அவள் நினைவில் நான் எனது நினைவில் அவள் .

●

பலரின் புகழ்ச்சிக்கும் பலரின் இகழ்ச்சிக்கும் மத்தியில் பயணத்தை எளிதாக்கிய தொடர்வண்டி பலநாட்கள் கடந்து மூன்றாவது முறை ஓய்வு கொண்டுள்ளது அதன் தண்டவாளங்களில்

●

நானோ Black Board நீயோ chalk piece இருவரும் காதல் செய்தால் , அது ஓவியம் மட்டுமல்ல அல்ல காதலின் சிறந்த காவியம் ....

●

மேகம் இருண்டு மழை பொழிந்தது கால்கள் குதித்து ஆரவாரம் செய்தது உள்ளம் மகிழ்ந்து உடல் குளிர்ந்தது கண்கள் ஒளிர்ந்து காதலும் மலர்ந்தது வானம் தந்த மழையின் மீது ....

●

என்னவளின் என்னற்ற செயல்களை ரசித்த நான் , அவளின் பிரிவை மட்டும் என்னால் ரசிக்க முடியவில்லை ...

அவளின் வாசம் , எனது சுவாசம் .

●

உன்னிடம் இருந்து எனக் வரம் வேண்டுமடி பெண் உன் வெண் பாதங்களின் மூலமாக என் உள்ளங்கையில் முத்த மழைன் பொழிய வேண்டுகிறேன்

- விழிகள் மயங்கிய நேரத்தில் இருந்து , விடியல் வரும் நேரம் வரை , எதிர்பாரத இன்பங்கள் கண்டேன் , என்னவள் வந்த கனவின் மூலம் ......
என்னை விட்டு வெகு தூரம் சென்றாலும் , உன் நினைவுகள் மட்டும் என் அருகில் இருக்கிறது . நி என்னை விட்டு பிரிந்து சென்றாலும் , உன் சுவாச காற்றே எனது முகவரி

- உனது விழிகளில் தெரிந்த நான் , உனது கேமராவிலும் தெரிய வேண்டுகிறேன் .....

●

உன்னை ரசிக்க ஆயிரம் காரணங்கள் இருந்தும் உன்னை வெறுக்க ஒரு காரணங்கள் கூட இல்லை உன் ஆசையை நிறைவேற்ற நானும் தேடினேன் , உன்னை வெறுக்க முடியாமல் * இறுதியில் , உன்னிடமே தோல்வியும் அடைந்தேன் .

●

அழகு என்ற வார்த்தைக்கு பல உதாரணங்கள் கூறலாம் , ஆனால் முதலில் கூற வேண்டிய உதாரணம் அவளது புன்னகை .....

●

எனக்கு பிடித்த கவிதை , என்னவளின் உளறல் மட்டுமே ......
அழகு இருக்கும் இடத்தில் ஆபத்து இருக்கும் என்பார்கள்
அழகு இருக்கும் இடத்தில் அன்பும் இருக்கும் என்பதை ,
என்னவளின் எண்ணங்கள் என் மனதுக்கு உணர்த்துகிறது ....

●

விழிகளின் உதவியுடன் , வியப்பாய் பார்ப்பது யாரை ?
வருங்காலத்தில் வந்து உன் விரல்களை மோதிரம் மூலம்
முத்தமிட காத்திருக்கும் நாயகனயா , ?

●

எனக்கு மிகவும் பிடித்த இசை , உன் கொலுசுகள் சத்தமிடும் ஓசை தான் .... .

●

எனக்கு இன்பத்தை தர , உன் உடல் - வேண்டாம் , எனது இன்பத்தை உன் நிழல் கூட தரும் , எனவே உன் நிழலை மட்டுமாவது விட்டு செல் , அதில் என் இன்பத்தை பாதுகாத்து கொள்வேன் ...

- உன் பாதங்களோடு பயனித்த காரணத்தால் , உன் காலனிக்கும் காதல் மலர்ந்தது உன் பாதங்களின் மீது , உன் பாதங்களை வரவேற்க அன்போடு அழைக்கிறது ...

- உனக்கு மழையில் நனைவது பிடிக்கும் என்ற உன்ஆசையை நிறைவேற்ற நானும் தயார் ஆனேன் , உனக்கு முத்தத்தை மழையாக பொழிய ஆசையாய் வேண்டுகிறேன் ...

●

மற்றவரிடம் வெளிப்படுத்த முடியாதே அன்பே , மனதில் உருவாகும் காதலின் ஆரம்பம் .

●

உன்னை கேட்டால் கவிதைகள் தெரியவில்லை என்கிறாய் ...
ஆனால் உன் விழிகளே ஆயிரம் கவிதைகள் சொல்கிறது ...

●

உன் உதட்டின் அழகு , பேரழகின் உச்சம் , பின்பு ஏன் சாயத்தின் மூலம் , என் கண்களை ஏமாற்றுகிறாய்